While every precaution has been taken in the preparation of this book, the publisher assumes no responsibility for errors or omissions, or for damages resulting from the use of information contained herein

KAMALAVIN KIRUKKALKAL

First edition October 29, 2024



Written by Arvind Seshadri

# KAMALAVIN
# KIRUKKALKAL

Collection of Tamil Short Poems

Arvind Seshadri

# ஆசிரியர் குறிப்பு

பெங்களூரில் இருந்து எனது சொந்த ஊரான சென்னைக்கு செல்லும் ரயில் பயணங்களின் போது எனது மனதில் தோன்றிய எண்ணங்களை கவிதைகளாக எழுதத் தொடங்கினேன் . இது மிகக் குறைவாகவே இருந்தது , ஆனால் சமீபத்திய கரோனா முடக்குதல் (LOCKDOWN), என் வாழ்க்கையின் அனுபவங்களையும், எனது எண்ணங்களையும் சிறு கவிதைகள் மூலம் பிரதிபலிக்க போதுமான நேரத்தை வழங்கியது. நான் அவற்றை வெளிப்படுத்த என் தாய்மொழியான தமிழைத் தேர்ந்தெடுத்தேன், அது மிகவும் இயல்பாக இருந்தது.

நான் இந்தக் கவிதைத் தொகுப்பை உருவாக்குவதற்கு உறுதுணையாக இருந்தவர்கள்: எனது எல்லா

முயற்சிகளுக்கும் தளராத ஆதரவளித்த என் அன்பு மனைவி கவிதா, இந்தத் தொகுப்பை வெளியிடத் தூண்டிய என் குழந்தைகள் மனிஷா மற்றும் நிஹாரிகா, திருமதி. உஷா ராகவாச்சாரி, என் மனைவியின் மாமி திருத்தங்கள் மற்றும் பரிந்துரைகளுக்கு உதவினார் . கடைசியாக என் தந்தை திரு.சேஷாத்ரி , என் சிந்தனைகளை தமிழில் எழுதும் எண்ணத்தை விதைத்தவர். இவர்கள் அனைவற்கும் என் மனமார்ந்த நன்றிகளை தெரிவிக்க விரும்புகிறேன்.

எனது மறைந்த மாமியார் திருமதி. லதா ஸ்ரீதரனை நினைவு கூற விரும்புகிறேன் , அவர் எனது முதல் விசிறி மற்றும் தீவிர ஆதரவாளர். அவர் மேலுலகிலிருந்து, தொகுப்பு வெளியாவதை கண்டு மகிழ்ச்சி அடைவார் .

அத்தியாயங்கள்

கடவுள் வாழ்த்து

தமிழ்

பெண்

சமுதாயம்

உணர்வுகள்

வேதாந்தம்

# கடவுள் வாழ்த்து

# கண்ணனே கண்கண்ட தெய்வம்

சிறைச்சாலையில் சிசுவாய்
தோன்றிய சின்னக்கண்ணன்

மன்னனின் காவலர்களை
மயக்கி மலையேறிய
மாயக்கண்ணன்

விடாது வந்த அசுரரை வதைத்து
வென்ற விஜயக்கண்ணன்

வீதி தோறும்
வெண்ணைத்திருடிய
விஷமக்கண்ணன்

குழலிசையாலே கோபியரை
கொள்ளை கொண்ட
கலாபக்கண்ணன்

கம்ஸனை கட்டையிலே போக
வைத்த குரோதக்கண்ணன்

பாஞ்சாலியின் தன்மானம் காக்க
தன் கை கொடுத்த
அபயக்கண்ணன்

தர்மயுத்தத்திற்காக தன்
சக்கரத்தை தூக்கிய பராக்ரம
கண்ணன்

அர்ஜுனன் வாயிலாக
அனைவருக்கும் அறத்தை
போதித்த ஆச்சார்யக்கண்ணன்

நமக்கு கரணமாகவும்,
காரணமாகவும்,கர்தாவாகவும்
விளங்கும் கண்ணனே
கண்கண்ட தெய்வம்

# தமிழ் கடவுள்

சக்தியின் வேலன் சங்கரனின் பாலன்
குழந்தயாக கார்த்திகை அமுதம்
குமரனாக பழனியில் பஞ்சாம்ருதம்
காளையாய் வள்ளியும் யானையும்
கணவனாய் சோலையும்
தெய்வானையும்
சீவனை சீடனாக்க ஒரு மலை
சினத்தை தணிக்க ஒரு மலை
செந்தூரிலே சூரபத்மனை வதைத்த
பின் வெற்றிக்கோலம்
குன்றத்திலே தேவனின் பெண்ணை
மணந்த பின் விழாக்கோலம்
சந்தத்திற்கு அளித்தான் காவடிச்சிந்து
சங்கத்தை வளர்த்தான் தமிழ் தந்து
சேவிக்க அவன் முருகன்
சாரங்கனுக்கு அவன் மருகன்
என்றும் இருப்பான் அவன் எம்முள்
அவனே எங்கள் தமிழ் கடவுள்

# பஞ்சபூதங்களுக்கு பாதகாணிக்கை

சிதம்பர ரகசியத்தை தில்லையில்
கண்டேன்

காயத்தின் ரகசியத்தை ஆகாயத்தில்
கண்டேன்

வேகமாக படபடக்கும் விளக்கை
காளஹத்தியில் கண்டேன் வேத
கோஷத்திலே நமஸ்தே வாயுவை
கண்டேன்

கிரி வலத்திலே அருணாசல
ஜோதியை கண்டேன்

கவியின் வீச்சினிலே அக்கினி
குஞ்சினை கண்டேன்

ஆனைக்காவலிலே
ஜலப்பிரவாஹத்தை கண்டேன்

ஆண்டு தோறும் நாட்டிலே
ஜலப்பிரளயத்தைக் கண்டேன்

காமாக்ஷியின் காந்தனை
காஞ்சியிலே சாந்தமாக கண்டேன்

கடலை தூக்கி எறிந்து கபால
மோட்சம் அளித்த காட்சியையும்
கண்டேன்
பஞ்சாக்ஷரனின் பிரதிநிதிகளாக
விளங்கும் பஞ்சபூதங்களுக்கு
பத்மா சேஷாத்ரி புதல்வனின்
பணிவான பாதகாணிக்கை

# பூமித்தாய்

நின்ற கோலத்திலலும் கிடந்த
கோலத்திலும் உன்னைத்
தாங்குகிறாள்

நீ குத்தி , உதைத்து, இடித்த
போதிலும் அமைதி காக்கிறாள்

சற்றே அவள் சிணுங்கினால்
வரும் சுனாமியை தாள
முடியுமா?

சாது மிரண்டாலே காடு
கொள்ளாது

சக்தியின் சூறாவளியை
இவ்வுலகம் தாங்குமா?

மண் பயனுற்றால் மானிடம்
செழிக்கும்

என்று நம்பினான் எங்கள்
மகாகவி

அதன் சுவாசத்தையும்
வாசத்தையும் விவசாயத்தையும்
மறந்ததே இந்த மானுடப் பிறவி!

சாத்தனைவிடக் கொடிய சம்சார
சுழற்சியில் அவதிப்படும்
மானுடப்பேயே
சற்றே உன் சிரம் தாழ்த்தி
மண்டியிட்டால்
மடிப்பிச்சை கொடுப்பாள் எங்கள்
பூமித்தாயே!

ராமன் எத்தனை ராமனடி

அஜனின் பேரன் அயோத்யையின்
ராஜன்
கோசலையின் அணை கைகேயியின்
பிணை

ஜானகியின் பக்ஷம் ஜடாயுவுக்கு
மோக்ஷம்
பரதன் பெற்றது காலணி
பவனபுத்திரன் பெற்றது காலடி

வஸிஷ்டரின் சீடன்
விஷ்வாமித்திரரின் வேடன்
வானரத்தலைவனின் நண்பன்
மீனவத்தலைவனின் ஸகோதரன்

சரணாகதியால் விபீஷணனை
வாழ்த்தினான்
சாரங்கத்தால் தசமுகனை
வீழ்த்தினான்

அவனே ஸஹஸ்ரநாமத்தின்
ஸாராம்ஸம்
ஆதலால் ராம நாமமே எங்கள்
சுவாசம்

# வானம்

பூமித்தாயை பாதுகாக்க பத்மநாபன்
அமைத்த குடை

பறந்து விளையாட பறவைகளுக்கு
இல்லை இங்கே தடை

பார்வையிலே பெரும்பாலும்
தென்படுவது நீலம்

பரப்பளவிலே எண்ணிக்கையில்
புலப்படாது நீளம்

பார் கடலை தன் மேனியில்
பிரதிபலிக்கும் கண்ணாடி

பாமரனை அண்ணாந்து பார்க்க
வைக்கும் உயிர் நாடி

பகலில் பானுவைத் தாங்கும் ஒளி
விளக்கு
பாவலரின் சிந்தையை தூண்டும் நிலா
விளக்கு

பரந்தாமனின் புன்னகையை
பிரதிபலிக்க மின்னல் பிறக்கும்

பாஞ்சசன்யத்தின் ஒலியை
பிரதிபலிக்க இடி முழங்கும்

# தமிழ்

# எங்கள் பாரதி

பாரதி, பார்வையிலே தீ
பாரில் பொங்கி எழுந்த தீ
பாரதத்தில் பொலிந்த தீ
பஞ்சத்தை பாட்டினால் சுட்ட தீ
பார்பனையும் பாமரனையும்
இணைத்த தீ
பாஞ்சாலியின் ஸபதத்தை உயிர்பித்த
தீ
பார்தஸாரதியின் பட்டத்து
யானையால் பரமபதம் அடைந்த தீ
பச்சை தமிழனே பரப்பிடு
இந்தத்தீயனையே !

# தமிழ் மண்

அறத்தினை காப்பது அரசனின்
கடமை என்று அடையாளம்
காட்டிய மனுவும், சிபியும்
பிறந்தது இந்த மண்

ஆன்மீகச்சிந்தனையை
அருளிச்செய்த
ஆழ்வார்களையும்
ஆச்சார்யர்களையும் அளித்தது
இந்த மண்

இசைக்கடலின்
ஆழத்திற்குச்சென்று
முத்தெடுத்த மேதைகளை
பெற்றெடுத்தது இந்த மண்

ஈசனையே கேள்விக்கேட்கும்
புலவரையும்
பகுத்தறிவாளிகளையும் ஈன்றது
இந்த மண்

உலகெங்கும் புகழ் பெற்ற
விஞ்ஞானிகளும்

மெய்ஞானிகளும் வாழ்ந்தது
இந்த மண்
ஊரே மெச்சும் அளவிற்கு
வாள்வீச்சிலும் விளையாட்டிலும்
வாகைசூடியவரை வாழ
வைத்தது இந்த மண்
எழில் மிகு இயற்கையின்
மடியில் விளையாட
உதகையையும் கோடையையும்
அளித்தது இந்த மண்
ஏகாந்தத்தை கொடுக்கும்
ஏரிக்கரைகள் நிறைந்தது இந்த
மண்
ஐயனார்களும் ஐயங்கார்களும்
ஒன்ற சேர்ந்து இருப்பது இந்த
மண்
ஒன்றே குலம் ஒருவனே
தேவன் என்று பறைச்சாற்றியது
இந்த மண்

ஓவியங்களும் காவியங்களும்
படைத்த மாமேதைகள்
நிறைந்தது இந்த மண்

ஔவையின் சொல் ஒன்றே
வாழ்க்கையின் சான்று
என்று காட்டியது இந்த மண்

அஃதே எனது தாய்மண்ணாகிய
தமிழ் மண்

# பொங்கல்

கதிரவனை வணங்க கதிர்களை
அளிக்கும் தானிய பொங்கல்

விவசாயிகளை வாழ்த்தும்
வாய்ப்பை உருவாக்கிய உழவர்
பொங்கல்

போகத்தின் மோகத்தை அழிக்க
உண்டாகும் போகிப் பொங்கல்

அரும்புகள் மனதையும் நாவையும்
தித்திக்க வைக்கும் சர்க்கரை
பொங்கல்

தைப்பிறந்தால் வழி பிறக்கும்
என்று தன்னம்பிக்கை தரும்
தைப்பொங்கல்

உற்றார் உறவினரோடு கலகலப்பாக
களிக்கும் காணும் பொங்கல்

காக்கையையும் கன்றினையும்
நம்மோடு இணைத்து கொண்டாடும்
மாட்டுப்பொங்கல்

வெள்ளித்திரையும் சின்னத்திரையும்
ஒளியும் ஒலியுமாக திகழும்
திரைப்பொங்கல்
கவலைகள் கழிந்து மகிழ்ச்சிகள்
பொங்க இனிய பொங்கல்
நல்வாழ்த்துக்கள்

# பெண்

# கோலங்கள்

சிறகடித்து பறந்த காலங்களில்
போட்டியில் பரிசு பெற

பிஞ்சு விரல்களில் இருந்து விழும்
வெற்றிக்கோலங்கள்

மணப்பெண்ணின் முகமும் கைகளும்
சிவக்க

சகோதரியின் விரல்களில் இருந்து
விழும் வண்ணக்கோலங்கள்

மாற்றுப்பெண்ணின் மனக்கோலத்தின்
கண்ணாடி

அவள் விரல்களில் இருந்து விழும்
வெள்ளை கோலங்கள்

காகையும் அணிலும் தன் சிசுவை
போல பசியாற

அம்மாவின் விரல்களில் இருந்து
விழும் அன்னக் கோலங்கள்

பூஜை அறையில் பக்தியுடன் சக்தியை
வேண்டிக் கொண்டு

மனைவியின் விரல்களில் இருந்து
விழும் அர்ச்சனை கோலங்கள்

வளைகாப்பில் மருமகளை மெதுவாக
வரச்சொல்லும்

மாமியாரின் விரல்களில் இருந்து
விழும் மகிழ்ச்சிக்கோலங்கள்

பேத்தியின் கைப்பிடித்து புள்ளிகள்
வைத்து பாட்டியின்

விரல்களில் இருந்து விழும்
பரவசக்கோலங்கள்

காலத்தின் கோலம் முடிந்து
மரணப்படுக்கையில் இருக்கையில்

ஜீவாத்மாவின் விரல்களில் இருந்து
விழும் மறைந்த கோலங்கள்

# சகாப்த நாயகிகள்

காப்பானிடம் அநீதியை
சுட்டிக்காட்டி நகரைச்
சுட்டெரித்தாள் ஒரு பெண்

காலனிடம் நியாயத்தை சுட்டிக்காட்டி
நாயகனை மீட்டெடுத்தாள் ஒரு பெண்

கற்பை காக்க சாதுர்யத்தை
பயன்படுத்தினாள் ஒரு பெண்

கற்பை காப்பாற்ற சரணாகதியை
பிரார்த்தித்தாள் ஒரு பெண்

கண்ணை மூடிக்கொண்டு கணவனே
கண்கண்ட தெய்வம் என்று
கற்பித்தாள் ஒரு பெண்

கண்மூடித்தனமாக நடந்த கணவனை
திருத்த முயற்சித்தாள் ஒரு பெண்

கணவனின் அன்பைப் பெற பக்தியுடன்
இலையை அளித்தாள் ஒரு பெண்

கடவுளின் அன்பைப் பெற கனியுடன்
பக்தியை கொடுத்தாள் ஒரு பெண்

கதைகளால் சித்தரிக்கப்பட்ட இந்த
சரித்திர நாயகிகள்
காலத்தால் சாகா வரம் பெற்ற சகாப்த
நாயகிகள்

## தாயும் தாய் நாடும்

அவதரிக்க ஒரு தாய்
வேண்டும்
அடையாளத்திற்கு ஒரு
தாய்நாடு வேண்டும்

அன்னமிட தாயின்
கைத்தலம் வேண்டும்
அன்னம் வளர்த்திட
தாய்நாட்டின் நன்னிலம்
வேண்டும்

அயல் நாட்டில்
அரங்கேற ஆசி கூறும்
தாய் வேண்டும்

அயலான் என்று விட்டு
விட்டால் ஆதரவு
தரும் தாய்நாடு
வேண்டும்

அன்புடன் சேயுடன்
விளையாட ஆசை
மிக்க தாய் வேண்டும்

அகிலம் எங்கும்
விளையாடி பெயர்சூட
ஆதரிக்கும் தாய்நாடு
வேண்டும்

அமைதி
இல்லாவிட்டால்
அடைக்கலம் தரும்
தாய் மடி வேண்டும்

அமைதி அடைந்து
விட்டால் அடக்கம்
பெற தாய் நாட்டின்
மண் வேண்டும்

# தாலிக்கொடியும் தொப்புள்கொடியும்

மங்கையை மனைவியாக்கும்
தாலிக்கொடி
மனைவியை மாதாவாக்கும்
தொப்புள்கொடி

தாரத்தின் அத்தாட்சி தாலிக்கொடி
தாய்மையின் அத்தாட்சி
தொப்புள்கொடி

கணவனின் உயிரைக் காக்கும்
தாலிக்கொடி
கருவின் உயிரைக் காக்கும்
தொப்புள்கொடி

உடுப்பினில் மறைந்திருக்கும்
தாலிக்கொடி
உடலினில் மறைந்திருக்கும்
தொப்புள்கொடி

உறவுகளால் உருவாக்கப்படுவது
தாலிக்கொடி

உறவையே உருவாக்குவது
தொப்புள்கொடி

மரணத்தின் பிரதிபிம்பம் அறுந்த
தாலிக்கொடி
ஜனனத்தின் பிரதிபிம்பம் அறுந்த
தொப்புள்கொடி

# நிழல்

பச்சைக் குழந்தையாய் தத்தளித்து
நடக்கும் போது
பாதுகாப்பாக தொடரும் அம்மாவின்
நிழல்

பருவ மங்கையாய் சிறகடித்துப்
பறக்கும் போது
பாதுகாக்க தொடரும் அப்பாவின்
நிழல்

பத்தினி பெண்ணாய் நாணித்து நிற்கும்
போது
ஆசையாக தொடரும் அவனின் நிழல்

பட்டத்து ராணியாய் நிர்வகித்து
நடத்தும் போது
ஆதரவாக தொடரும் அனைவரின்
நிழல்

பாங்கான பாட்டியாய் தளர்ந்து விழும்
போது

துணையாக தொடரும் அடுத்த
சந்ததியின் நிழல்

பட்டுப்போன கட்டையாய் கிடந்து
போகும் போது

அஞ்சலியாக தொடரும் அன்போரின்
நிழல்

பரமபதம் தொட்டவளாய் சேவித்து
சேரும் போது

அன்புடன் வரவேற்கும் அரங்கனின்
நிழல்

# பெண்மையும் கீதமும்

கன்னிப்பருவம் அடைந்த போது
மெல்லிசை கீதம்

கன்னியாதானம் முடியும் போது
மத்தள கீதம்

தாய்மை அடையும் போது மங்கள
கீதம்

தாய்மை வெளிப்படும் போது
தாலாட்டு கீதம்

தன் பெண்ணிற்கு தாலி ஏறும்பேது
ஆனந்த கீதம்

தன் பெண்ணிற்கு தாய்மை
வரும்போது பரவச கீதம்

தனக்கு தாலி இறங்கும் போது சோக
கீதம்

தன்னை தகனம் செய்யும் போது
மௌன கீதம்

## மனைவியின் பரிமாணங்கள்

கெட்டி மேளம் கொட்ட
மாங்கல்யம் தரித்து துணைவி
ஆகிறாள்

மெட்டி ஒலி கேட்க மனைதனில்
புகுந்து மனைவி ஆகிறாள்

நறுமணம் கொண்ட
காமபாணத்திற்கு இரையாகி
மணாளனுக்கு மாது ஆகிறாள்

திருமணம் முடிந்த பின் பரிசாக
எல்லோரும் எதிர்பார்க்கும்
சிசுவை தந்து தாயும் ஆகிறாள்

குடும்ப பாரத்தை தாங்க தன்
மணாளனுக்குத் தோள்
கொடுத்து தோழி ஆகிறாள்

குடும்ப கௌரவத்தை
நிலைநாட்டி எல்லோரையும்
நல்வழி படுத்த ஆசான்
ஆகிறாள்

வீட்டிற்கு விளக்கேற்ற வந்தவள்
தன்னையே மெழுகுவத்தியாக்கி
தியாகி ஆகிறாள்

காட்டிற்கு போகும் அவளின்
சரீரத்தில் ஒளி தெரியும்போது
தெய்வம் ஆகிறாள்

# சமுதாயம்

# அடையாளம்

அம்மாவின் அடையாளம் பாசமும்
பரபரப்பும்

ஆசானின் அடையாளம் கல்வியும்
கண்டிப்பும்

இல்லறத்தின் அடையாளம்
மகிழ்ச்சியும் மனஸ்தாபமும்

ஈசனின் அடையாளம் சூலமும்
சக்தியும்

உலகின் அடையாளம்
ஜனத்தொகையும் ஜாதிக்கலவரமும்

ஊரின் அடையாளம் மக்களும்
மைல்கல்லும்

எந்திரத்தின் அடையாளம் ஓசையும்
ஓட்டமும்

ஏமாற்றத்தின் அடையாளம் சோகமும்
சோர்வும்

ஐயத்தின் அடையாளம் கேள்வியும்
கேள்விக்குறியும்

ஒப்பந்தின் அடையாளம்
கையெழுத்தும் கைகுலுக்கலும்

ஓவியத்தின் அடையாளம் கலையும்
கைவண்ணமும்

ஒளவையின் அடையாளம் அறமும்
அறிவுரையும்

## அரிதாரம் இல்லா வேடங்கள்

அம்மாவின் ஆரவாரத்தில்
மறைந்திருக்கும் சோர்வில்லா
வேடம்

அப்பாவின் அலைச்சலில்
மறைந்திருக்கும்
மனவழுத்தமில்லா வேடம்

கணவனின் கலகலப்பில்
மறைந்திருக்கும் கவலையில்லா
வேடம்

மனைவியின் புன்னகையில்
மறைந்திருக்கும் பதற்றமில்லா
வேடம்

உறவுகளின் உற்சாகத்தில்
மறைந்திருக்கும்
உண்மையில்லா வேடம்

நண்பர்களின் நச்சரிபப்பில்
மறைந்திருக்கும் கள்ளமில்லா
வேடம்

இயற்கையின் அரவணைப்பில்
மறைந்திருக்கும் சீற்றமில்லா
வேடம்
இறைவனின் காருண்யத்தில்
மறைந்திருக்கும் காட்சியில்லா
வேடம்

## இறந்த காலம்

காலைப்பொழுதினிலே பாய்லர்
வென்னீரில் குளித்த சுகம்
எங்கே?

இங்கிலீஷ் பேப்பரில்
"லெட்டர்ஸ் டு எடிட்டர்" தாத்தா
படிக்கச்சொல்லி கேட்ட சுகம்
எங்கே?

சமையற்கட்டிலிலே சாத்துமது
கொதிக்க கொல்லையிலே
கறிவேப்பிலை பறிக்க ஓடிய
சுகம் எங்கே?

ஞாயிற்றுக்கிழமையிலே
பங்காளிகளுடன் தண்ணீர்த்
தொட்டியில் தத்தளித்த சுகம்
எங்கே?

டபராவில் "ஹார்லிக்ஸை"
குத்தி ஊதி ஊதி குடித்த சுகம்
எங்கே?

மணம் கவர் சாம்பிராணியை
பரப்பிய மஜீத்பாயின்

மயிற்த்தோகையின் வருடலின்
சுகம் எங்கே?
தவலையிலே கிணற்றுத்
தண்ணீரை இறைத்து
தோட்டத்திற்கு பாய்ச்சிய சுகம்
எங்கே?
நாட்கள் வருடங்களானாலும்
அந்த இறந்த காலத்தின்
சுகத்தை நாடுகிறது மனம்
இங்கே?

# உறவுகள்

தாயிடம் பெற்றது உயிரும் உடலும்

தந்தையிடம் கிடைத்தது உவமையும்
உபதேசமும்

முன்னோரிடம் கற்றது பரிவும்
பாசமும்

உடன்பிறப்பால் வந்தது ஊக்கமும்
உற்சாகமும்

மனைவியால் அடைந்தது
மரியாதையும் மகிழ்ச்சியும்

சந்ததிகளால் நிறைந்தது சாதனையும்
சந்தோஷமும்

நண்பர்களால் நிலைத்தது
நகைச்சுவையும் நல்லாசியும்

இறையருளால் கிட்டுவது முடிவும்
மோக்ஷமும்

## கடந்த காலமும் கரோனா காலமும்

கூடி வாழ்ந்தால் கோடி நன்மை
என்பது அந்தக் காலம்
வீட்டில் இருந்தால் உடலுக்கு நன்மை
என்பது கரோனா காலம்

கும்பிடப்போன தெய்வங்கள் குறுக்கே
வந்தது அந்தக்காலம்
ஆஸ்பத்திரிகள் ஆலயங்களாக மாறி
வந்தது கரோனா காலம்

தீதும் நன்றும் பிறர் தர வாரா என்பது
அந்தக்காலம்
தீது பிறர் தர நிச்சயம் வரும் என்பது
கரோனா காலம்

கற்றது கை மண் அளவு கல்லாதது
உலகளவு என்பது அந்தக்காலம்
கோவிடைப்பற்றி கற்றது கரோனா
அளவு கல்லாதது பிரபஞ்சத்தளவு
என்பது கரோனா காலம்

அரசன் அன்று கொல்வான் தெய்வம்
நின்று கொல்லும் என்பது
அந்தக்காலம்

# கோவிட்-19 அன்றும் கொல்லும் நின்றும் கொல்லும் என்பது கரோனா காலம்

# கலைஞன்

கற்பனைக்கு வடிவம் கொடுப்பவனும்
கலைஞன்
விற்பனைக்கு வசீகரம்
பண்ணுபவனும் கலைஞன்

ஆதாரம் இன்றி கேள்விக்குரியாக
நிற்பவனும் கலைஞன்
அண்ணாந்து பார்க்க
ஆச்சர்யக்குறியாக இருப்பவனும்
கலைஞன்

குடிசையில் இருந்து கோபுரத்தின்
உச்சியை தொட்டவனும் கலைஞன்
கும்பாபிஷேகத்தில் இருந்து குப்பை
மேட்டை அடைந்தவனும் கலைஞன்

கலையை காதலித்து கலைக்கே
தன்னை அற்பணித்தவனும் கலைஞன்
கலையை கருவியாக கைக்கொண்டு
கலகத்தை ஏற்படுத்துபவனும்
கலைஞன்

ஆய கலைகள் அறுபத்து நான்கிலும்
இருப்பவன் கலைஞன்
ஆவி பிரிந்தாலும் நம் நெஞ்சத்தில்
குடியிருப்பவன் கலைஞன்

# கைப்பேசி கைதிகள்

அன்று கண் விழித்ததும்
கதிரவன் ஒளியை தரிசித்தோம்

இன்று கைப்பேசியின் ஒளியை
தரிசிக்கிரோம்

அன்று அறிந்தவர் நட்பை
நாடினோம்

இன்று அறியாதவர் நட்பை
தேடினோம்

அன்று அகத்தின் அழுகு
முகத்தில் தெரிந்தது

இன்று அகத்தின் அழுக்கு
முகப்புத்தகத்தில் தெரிகிறது

அன்று கைநாட்டுப்போடுவது
அவமானம்

இன்று கைநாட்டு கைப்பேசி ஒரு
சன்மானம்

அன்று கணக்குப்போட விரல்
வீசும்

இன்று கைப்பேசியினால் விரல்
வீக்கம்

அன்று செவிடனுக்கு காதில்
இயந்திரம்

இன்று அனைவருக்கும் காதில்
இயந்திரம்

அன்று தொலைக்காட்சியால்
கண் கெட்டது

இன்று கைப்பேசியினால் மூளை
கெட்டது

அன்று கடவுளின் அருள் பெற
சரணாகதி தத்துவம்

இன்று கடவுளின் அருள் பெற
ஷேர் செய்யும் தத்துவம்

அன்று இறந்த பின் புகைப்படம்
வரும்

இன்று கைப்பேசியின்
புகைப்படத்தால் இறப்பு வரும்

அன்று குற்றவாளி தான் கைதி
இன்று நாம் அனைவரும்
கைப்பேசியின் கைதிகள்

# நவீன அடிமைகள்

வெள்ளையனே வெளியேறு என்று
கோஷமிட்டனர் புராதனஅடிமைகள்
வெள்ளையனை வரவேற்க
கோஷமிடுகின்றனர் நவீன
அடிமைகள். அதற்கு பட்டப்பெயர்
"க்ளோபலைஸேஷன்"

பலவந்தமாக ஏற்றுமதி பொருளாக
பயன்படுத்தப்பட்டனர் புராதன
அடிமைகள்

பல்லிளித்துக்கொண்டே ஏற்றுமதி
பொருளாவதற்கு தயாராக
நிற்கின்றனர் நவீன அடிமைகள்

நேரத்திற்கு ஏற்ப விலை மாதுகளாக
ஆக்கப்பட்டனர் புராதன அடிமைகள்
நேரத்திற்கு ஏற்ப "பில்லிங்" செய்யப்
படுகிறார்கள் நவீன அடிமைகள்

கடமைகளை கண்ணியத்தோடு
நிறைவேற்றும் பொருட்டு கடன்
வாங்கினர் புராதன அடிமைகள்

ஆடம்பரத்தின் அக்குளில்
சிக்கிக்கொண்டு நவீன
அடகுக்கடைக்கு சிரித்துக்கொண்டே
செல்லும் நவீன அடிமைகள்

200 ஆண்டுகளாக வளைந்திருந்தது
புராதன அடிமைகளின் முதுகெலும்பு
எத்தனைக்காலம் வளைந்திருக்குமோ
நமது நவீன அடிமையின்
முதுகெலும்பு

# நேர்மை

அம்மாவின் ஆத்திசூடியில்
முதலிடத்தை பிடிக்கும் பண்பு

ஆட்சியின் அறத்தை என்றைக்கும்
உயர்த்தும் பண்பு

இல்லாவிட்டால் இருட்டை
பிரதிபலிக்கும் பண்பு

ஈடுபாட்டில் இருக்கும் வரை
ஈசனையும் மகிழ்விக்கும் பண்பு

உலகத்தில் குறைவாக உபயோகத்தில்
இருக்கும் பண்பு

ஊழலுக்கு எதிராக படையெடுக்கும்
பண்பு

என்றைக்கும் மனதை மலர வைக்கும்
பண்பு

ஏழை நெஞ்சங்களில் நிறைந்திருக்கும்
பண்பு

ஒற்றுமையை ஒருபொழுதும்
உடைக்காத பண்பு

ஒட்டப்பந்தையத்தில் எப்பொழுதும்
இருக்க வேண்டிய பண்பு
ஔவை பிராட்டிக்கும் பிடித்தமான
பண்பு
அஃதே என் நாட்டை வழிநடத்தும்
தலைவனின் பண்பு

# பகை

அமைதியான வாழ்க்கைக்கு
பேராசையே பகை

ஆன்மீகச் சிந்தனைக்கு புலன்
ஆசையே பகை

இல்லற மகிழ்ச்சிக்கு வேற்றுமைகளே
பகை

ஈன்றவர் நிறைவிற்கு எதிர்காலச்
சிந்தனையே பகை

உலகின் நலத்திற்கு பொன் ஆசையே
பகை

ஊரின் நலத்திற்கு ஜாதி பேதங்களே
பகை

என்றென்றும் நிம்மதிக்கு
புனர்ஜன்மங்களே பகை

ஏற்றுக்கொள்ளும் பக்குவத்திற்கு
அகம்பாவமே பகை

## பணம்

பிச்சைக்காரனின் பசியைப் போக்கும்
பணம்
பாட்டாளியின் பிணியைப் போக்கும்
பணம்
பாமரனுக்கு பத்தும் செய்யும் பணம்
பணக்காரனுக்கு பகட்டைக்
கொடுக்கும் பணம்
பருவத்தில் பற்றை வளர்ப்பது பணம்
பாட்டிக்கும் புன்னகையைக்
கொடுப்பது பணம்
பரலோகத்திற்கு பரந்தாமனே பணம்
பரந்தாமனுக்கு பத்மாவதியே பணம்

# பாரபட்சம்

மிருகங்களுக்கு எல்லா பிள்ளைகளும்
பொன்னைப்போல

மனிதர்களுக்கு சில பிள்ளைகள்
மண்ணைப்போல

வாழ்க்கையில் கசப்பு வந்தால்
சனியனாகும் ஒரு பிள்ளை

வாழ்க்கையில் உயர்வு வந்தால்
வாகைசூடும் ஒரு பிள்ளை

கல்யாண சந்தையில் வதூலை வாங்க
ஒரு பிள்ளை

கல்யாண பந்தலில் பாராட்டை வாங்க
ஒரு பிள்ளை

அடக்கி ஆள ஒரு பிள்ளை

ஆனந்தம் அடைய ஒரு பிள்ளை

அவசரத்தேவைக்கு ஒரு பிள்ளை

ஆரவாரத்திற்கு ஒரு பிள்ளை

பெற்றெடுத்த பேருக்கு ஒரு பிள்ளை

பெற்றெடுத்த கடனுக்கு ஒரு பிள்ளை

பிள்ளைகள் பரமனின் அருளால்
மலர்ந்த முல்லை
அவர்களில் பாரபட்சம் பார்க்க நமக்கு
உரிமை இல்லை

# பிழை

ஆதாம் ஏவாளிடம் துவங்கியது பிழை
அனைவரின் மோகத்தால் வளர்ந்தது
பிழை
இன்பமெனும் கடிவாளத்தில் போட்டது
பிழை
ஈசனிடமும் தவறு செய்ய தூண்டியது
பிழை
உண்மை உறங்க ஊக்கத்தை
வழங்கும் பிழை
ஊரை ஏமாற்ற அரசியலின்
அஸ்திவாரமே பிழை
எச்சரிக்கை செய்தபோதும் ஏளனம்
செய்யும் பிழை
ஏனோ இம்மானுடத்தின் தீராத
நோயே பிழை

## வீடும் இல்லமும்

கல்லையும் மண்ணையும் இணைத்து
கட்டுவது வீடு
கணவனும் மனைவியும் இணைந்து
கட்டுவது இல்லம்
நல்ல வீட்டிற்குள் தேவை
வெளிச்சமும் காற்றும்
நல்ல இல்லத்திற்குள் தேவை அன்பும்
அறமும்
நெடுங்காலம் நீடித்து இருக்க
வீட்டிற்கு அவசியம் பலமான
அஸ்திவாரம்
நெடுங்காலம் நிலைத்திருக்க
இல்லத்திற்கு அவசியம் பிறரின்
அபிமானம்
காலத்தின் போக்கினால் விரிசல்கள்
உண்டாகும் வீட்டினிலே
கருத்தின் பாங்கினால் வினைகள்
உண்டாகும் இல்லத்திலே
உடைந்த வீட்டிற்கு மறுவாழ்வு
கொடுப்பது சுலபம்

உடைந்த இல்லத்திற்கு மறுவாழ்வு
கிடைப்பது கடினம்

# வெந்நீரும் தண்ணீரும்

தாகத்தை தீர்க்கும் திரவியம்
தண்ணீர்
சாரீரத்தை மெருகேற்றும்
மந்திரம் வெந்நீர்

புரத்தின் அழுக்கை அகற்றும்
தண்ணீர்
அகத்தின் கொழுப்பை விரட்டும்
வெந்நீர்

பயிரை வளர்க்கும் பாசனத்
தண்ணீர்
வயிற்றை வளர்க்கும் ரசாயன
வெந்நீர்

வரவை அறிவிக்க உடையும்
மருமகளின் தண்ணீர்
உறவை முறிக்க உண்டாகும்
மாமியாரின் வெந்நீர்

உடல் நலத்திற்கு வெந்நீர் ஊர்
நலத்திற்கு தண்ணீர்

நமக்கும் நாட்டிற்கும்
என்றென்றும் வெந்நீரும்
தண்ணீரும்

## ஜாதிகள் ஜாக்கிரதை

அகரமுதலில் ஆரம்பித்து
ஆண்டவனை அடையும் வரை
ஜாதி எனும் தீ நம்மை
ஆக்கிரமிக்கிறது

ஆண்டவன் படைத்த தேகத்தின்
பரிமாணத்தில் உண்டானது
இரண்டு ஜாதிகள்

அதற்கு நாம் கொடுத்த
அடையாளத்தின் பரிமாணத்தில்
உதித்தது இரண்டாயிரம்

ஜாதிகள் யாதும் ஊரே யாவரும்
கேளீர் என்று பறைசாற்றிய
மண்ணில்

ஜாதிப்பிரிவினையால் மண்ணின்
பாகப்பிரிவினை நடக்கிறது

காவிரியும், வைகையும்
பெருத்தோடிய நாட்டில்,
ஜாதிக்கலவரங்களால் ரத்த
ஆறுகள் ஓடுகின்றன.

காக்கைக்கு தன் குஞ்சு
பொற்க்குஞ்சு என்ற நிலை மாறி
ஜாதியின் பெயரால் தந்தை தன்
குஞ்சின் கபாலத்தை வெட்டி
ஏறியும் நிலை வந்துள்ளது
சிபியும் , மனுவும் புறாவையும்,
மாட்டையும் தமது ஜாதியாக
பாவித்தனர்
அப்பொற்கலத்தை மீண்டும்
அமைக்க நம் இளைய
தலைமுறை குரல் எழுப்பப்படும்
வீடுகளில் நாய்கள் ஜாக்கிரதை
என்ற பலகை இருக்கும்
வீதிகளில் ஜாதிகள்
ஜாக்கிரதைஎன்ற பலகை
வராமல் இருக்கட்டும்

# உணர்வுகள்

# ஏக்கம்

சில ஆண்களின் ஏக்கம் வேலை
பல பெண்களின் ஏக்கம் மாலை

சில அப்பாக்களின் ஏக்கம்
மரியாதை
பல அம்மாக்களின் ஏக்கம்
நற்பாதை

சில சிறுவர்களின் ஏக்கம் நட்பு
பல சிறுமிகளின் ஏக்கம் படிப்பு

சில சாதிகளின் ஏக்கம் நீதி
பல சமுதாயங்களின் ஏக்கம்
அமைதி

சில நாடுகளின் ஏக்கம் நிதி
பல வீடுகளின் ஏக்கம் நிம்மதி

காதல்

பாலியக் காதல் அறிந்தும்
அறியாமலும்
இளமைக் காதல் காமமும்
ஜாமமும்
கல்யாணக் காதல் கனவும்
கற்பனையும்
இல்லறக் காதல் ஊடலும்
கூடலும்
பிள்ளைக் காதல்
எதிர்பார்ப்பும் ஏக்கமும்
சம்மந்திக் காதல்
சாதுர்யமும் சாகசமும்
முதுமைக் காதல்
மாத்திரையும் மருந்தும்
இறுதிக்காதல் இறைவனும்
இறப்பும்

குரோதம்

வார்த்தையிலே நஞ்சினை சேர்ப்பதுக்
குரோதம்

வாசமுள்ள மலரை கசக்கிடும்
குரோதம்

வீட்டினிலே விரிசலை உண்டாக்கும்
குரோதம்

விருந்தோம்பலில் விவகாரத்தை
ஏற்படுத்தும் குரோதம்

விசுவாசத்தை வஞ்சகமாக மாற்றும்
குரோதம்

வன்முறைக்கு எரி பொருளை
அளிப்பது குரோதம்

வலுவான உடலையும் வதைத்திடும்
குரோதம்

வாழ்க்கையை வினாசமாக்கிடும்
குரோதம்

# நிறைவு

பிள்ளைகளின் விடாமுயற்சியின்
நிறைவு பட்டம்

அப்பட்டதாரியின் தேடலின்
நிறைவு வேலை

வேலையின் முன்னேற்றத்தின்
நிறைவு திருமணம்

அத்திருமணத்தின்
உச்சக்கட்டத்தின் நிறைவு ஒர்
கரு

ஒரு கருவுண்ட பெண்ணின்
நிறைவு தாய்மை

அக்கருவின் முதல் விழிப்பின்
நிறைவு பிறப்பு

பிறப்பின் சுழற்சியின் நிறைவு
மரணம்

மரணத்தின் புனர்ஜன்மங்களின்
நிறைவு மோக்ஷம்

# பயம்

பிள்ளைப் பருவத்திலே பெற்றோரிடம்
பயம்

பள்ளிப் பருவத்திலே ஆசிரியரிடம்
பயம்

காதல் பருவத்திலே சமுதாயத்திடம்
பயம்

காசு வாங்கும் பருவத்திலே
நிர்வாகியிடம் பயம்

தாலி கட்டும் பருவத்திலே வரன்
கிடைக்குமா என்ற பயம்

தகப்பனான பருவத்திலே குடும்ப
பாரத்தின் பயம்

தாத்தாவான பருவத்திலே காலம்
இருக்குமா என்ற பயம்

தகனப் பருவத்திலே நிம்மதி
நிலைக்குமா என்ற பயம்

# பாசம்

அம்மாவின் பாசம் கர்பத்தில்
இருந்து அவள் கண் மூடும்
வரை

அப்பாவின் பாசம் முதல்
பார்வையில் இருந்து மூச்சு
இருக்கும் வரை

கணவனின் பாசம்
கைப்பிடித்ததில் இருந்து கரை
சேர்க்கும் வரை

மனைவியின் பாசம்
தாலிக்கொடியிலிருந்து தன்
தலை சாயும் வரை

பிள்ளைகளின் பாசம் நினைவு
தெரிந்ததில் இருந்து நினைவு
இருக்கும் வரை

பந்துக்களின் பாசம் உறவின்
துவக்கத்திலிருந்து ஊக்கம்
இருக்கும் வரை

தாத்தாவின் பாசம் தன் தோளில்
சுமந்ததில் இருந்து தீப்பந்தம்
பிடிக்கும் வரை

பாட்டியின் பாசம் தூளியை
ஆட்டியதில் இருந்து திருவடி
அடையும் வரை

பெருமாளின் பாசம் ஆத்மாவின்
ஆதியில் இருந்து அரங்கனை
சேரும் வரை

# மோகம்

சிசுவின் மோகம் தாய்ப்பால்

சிறுவனின் மோகம் விளையாட்டின்
பால்

காளையின் மோகம் காமத்தின் பால்

கணவனின் மோகம்
உத்யோகத்தின்பால்

மனைவியின் மோகம் சேயின் பால்

மாமியாரின் மோகம் மருமகளின்
பால்

பாட்டனின் மோகம் தித்திப்பின்பால்

பாட்டியின் மோகம் தாலியின் பால்

இயற்கையின் மோகம் சமநிலையில்
பால்

இறைவனின் மோகம் ஆத்மாவின்
பால்

## வக்கிரம்

மாதாவாகவும் தாரமாகவும்
விளங்குவதால் மாதர் என்று
அழைத்தோமோ!

அந்த மாதரை மார்பகங்களாக
மட்டுமே காணும் மானம் கெட்ட
மாந்தரை என்ன வென்று
அழைப்போமோ?

பாலபாடம் படிக்கச்செல்லும்
பிஞ்சு நெஞ்சங்களை
பட்டென்றும் சிட்டென்றும்
அழைத்தோமே!

அந்தப் பிள்ளைச்
செல்வங்களிடம் பாலியல்
பாடம் நடத்துகிற நடத்தைக்
கெட்ட நாய்களை என்ன
வென்று அழைப்போமோ?

பெண்மையை இழிவு செய்யும்
மடமையை கொளுத்துவோம்
வாரீர் என்று அழைத்தானே!

அந்த இனத்தையே
கொச்சைப்படுத்தி, கசக்கி,
கற்பழித்து கொலை செய்யும்
காட்டுமிராண்டிகளை என்ன
செய்ய அழைப்பானோ?
தங்களுக்காகவும் தம்
குடும்பத்திற்காகவும் பாத
காணிக்கை செலுத்தும்
பெண்களை பக்தைகள் என்று
அழைத்தோமே!
அந்த பக்தைகளை தமக்கு
காணிக்கை ஆக்கும் சாத்திரம்
பேசும் சாத்தான்களை
மரணதேவனும் மன்னிப்பானோ?

# வேதாந்தம்

# "நான்" யார்

அகம்பாவத்தின் பிறப்பிடம்
ஆணவத்தின் இருப்பிடம்
இயற்கையின் வாழ்க்கைத்தேடல்
ஈன்றவரின் வம்சத்தேடல்
உலகத்தின் தன்னலம்
ஊனத்தின் பலவீனம்
எஜமானனின் நெகிழ்ச்சி
ஏமாற்றத்தின் தளர்ச்சி
ஒற்றுமையின் தடைக்கல்
ஓம் என்ற மந்திரத்தின் படிக்கல்

# சிறை

அன்னையின் கர்ப்பை பாதுகாக்கும்
சிறை

ஆசானின் பிரம்புக்கை அடக்கி
வைக்கும் சிறை

காளை பருவத்தில் காதலியின்
ஆசைச்சிறை

கால்கட்டிய பருவத்தில் மனைவியின்
அன்புச்சிறை

வேலைப்பார்க்கும் போது மேல்
அதிகாரியின் கட்டுப்பாட்டில் சிறை

வேண்டியவர்களுக்கு வாங்கிக்
கொடுக்கும் எதிர்பார்ப்பில் சிறை

வயது முதிர்ந்ததும் வியாதிகளின்
வசத்தில் சிறை

வேளை வந்ததும் யமனின் பிடியில்
சிறை

வாழ்க்கை இருக்கும் வரை
ஐம்புலங்களில் சிறை

வாசுதேவன் வரம் அளிக்கும் வரை
ஜன்ம சக்கரங்களின் சிறை

# சுதந்திரம்

சிசுவின் சுதந்திரம் பிறப்பு
சிறுவனின் சுதந்திரம் குறும்பு
காளையின் சுதந்திரம் காதல்
கணவனின் சுதந்திரம் கட்டில்
தந்தையின் சுதந்திரம் கண்டிப்பு
தாத்தாவின் சுதந்திரம் தித்திப்பு
ஆத்மாவின் சுதந்திரம் மரணம்
மரணத்தின் சுதந்திரம் மோக்ஷம்

## பயணம்

முதல் பயணம் இருட்டறையில்
இருந்து வெளிச்சத்தை நோக்கி

இரண்டாம் பயணம் திரிவதில்
இருந்து இலக்கை நோக்கி

மூன்றாம் பயணம் சுதந்திரத்தில்
இருந்து சுழலை நோக்கி

நான்காம் பயணம் தத்தளிப்பில்
இருந்து கரையை நோக்கி

ஐந்தாம் பயணம் பொறுப்பில்
இருந்து ஓய்வை நோக்கி

ஆறாம் பயணம் ஆரவாரத்தில்
இருந்து அமைதியை நோக்கி

ஏழாம் பயணம் ஒளியில்
இருந்து அஸ்தமனத்தை
நோக்கி

எட்டாம் பயணம் அடக்கத்தில்
இருந்து அஷ்டாக்ஷரனை
நோக்கி

## மரணம்

மண்ணின் மைந்தன் தாய் வீடு
திரும்பும் தருணம் இது

மனைவி என்பவள் தாலியை
கழிக்கும் தருணம் இது

மக்கள் தமது மூலாதரத்தை இழக்கும்
தருணம் இது

மன்னனையும் மறவனையும்
சரிசமமாக்கும் தருணம் இது

மதம் பிடித்தவர்களையும் மதம்
இல்லாமல் ஆக்கும் தருணம் இது

மனக்கசப்புகளும் மனக்கவலைகளும்
அடங்கும் தருணம் இது

மண் ஆசை, பொன் ஆசை, பெண்
ஆசை அனைத்தும் அடக்கம் செய்யும்
தருணம் இது

மாதாவும் முகமதும் மகேசனும்
இணைந்து அடைக்கலம்
கொடுக்கும் தருணம் இது

# மரமும் மார்க்கமும்

மரத்தின் அடியில் உறங்கியதில்
பௌதன் பெற்றது மெய்ஞானம்
மரத்தின் அடியில் உறங்கியதில்
நியுட்டன் பெற்றது விஞ்ஞானம்

மரத்தின் மேல் இருந்து மாதவன்
மங்கையரை ரசித்தான்
மரத்தின் மேல் இருந்து மாருதி
மைதிலியை தரிசித்தான்

மரத்தின் மடியில் உரல் ஏறியதால்
கிடைத்தது சாப விமோசனம்
மரத்தின் மார்பில் வேல் ஏறியதால்
கிடைத்தது பாப விமோசனம்

மரத்தின் நடுவில் ஆழ்வாருக்கு
கிட்டியது யோக நித்திரை
மரத்தின் நடுவில் அர்த்தநாரிக்கு
கிட்டியது யோக முத்திரை

மரத்தின் பழங்களில் அடங்கியது ஒரு
கிழவியின் அகம்பாவம்

மரத்தின் பழங்களில் அடங்குவது ஒரு
கிழவியின் ஆத்ம பாவம்

மரத்தின் விறகுகள் மனிதனுக்கு
அளித்தது அடுப்பு

மரத்தின் விறகுகள் மேனிக்கு
அளிப்பது நெருப்பு

# முன்னெழுத்து

கருவின் உயிர்நாடி மூச்சு எனும்
மூன்றெழுத்து

குழந்தையின் வாய்நாடி அம்மா
எனும் மூன்றெழுத்து

காளையின் இதயநாடி காதல் எனும்
மூன்றெழுத்து

கணவனின் செயல்நாடி மனைவி
எனும் மூன்றெழுத்து

குடும்பத்தின் பிணைநாடி பாசம் எனும்
மூன்றெழுத்து

கும்பிடும் தெய்வத்தின் துணைநாடி
பயம் எனும் மூன்றெழுத்து

காலத்தின் இறுதிநாடி கட்டை எனும்
மூன்றெழுத்து

காலச்சக்கரத்தின் முடிவுநாடி
மோக்ஷம் எனும் மூன்றெழுத்து

# மொழியின் பரிமாணங்கள்

காகையின் மொழியில் நட்பைக்
காணலாம்
குயிலின் மொழியில் இசையைக்
காணலாம்

பசுவின் மொழியில் தாயைக்
காணலாம்
பாம்பின் மொழியில் பயத்தைக்
காணலாம்

மானின் மொழியில் அழகைக்
காணலாம்
மயிலின் மொழியில் மழையைக்
காணலாம்

சிங்கத்தின் மொழியில் கம்பீரத்தை
காணலாம்
சிறுத்தையின் மொழியில் வேகத்தை
காணலாம்

ஓநாயின் மொழியில்
அமானுஷத்தைக் காணலாம்
ஆந்தையின் மொழியில்
அமைதியைக் காணலாம்

விலங்குகளின் மொழியில்
குணங்களைக் காணலாம்
இயற்கையின் மொழியில்
இறைவனை காணலாம்

# மௌனம்

ஆணின் மௌனம் அச்சத்தின்
அடையாளம்
பெண்ணின் மௌனம் சம்மதத்தின்
அடையாளம்

கணவனின் மௌனம் அடக்கத்தின்
அடையாளம்
மனைவியின் மௌனம் கோபத்தின்
அடையாளம்

பிள்ளையின் மௌனம் குறும்பின்
அடையாளம்
பெற்றோரின் மௌனம் நிறைவின்
அடையாளம்

பாட்டனின் மௌனம் அமைதியின்
அடையாளம்
பாட்டியின் மௌனம் பக்தியின்
அடையாளம்

வாழ்வின் மௌனம் மரணத்தின்
அடையாளம்

# மரணத்தின் மௌனம் மோக்ஷத்தின் அடையாளம்

# விரல்கள்

கரத்தை உபயோகிக்க கட்டாயம்
வேண்டிய விரல்

கருத்தை உபதேசிக்க கடவுளை
காட்டும் விரல்


அவசரத் தேவைக்கு ஆளை காட்டும்
விரல்

ஆன்மீக சேவைக்கு ஆசானை
காட்டும் விரல்


நடுவில் நின்று உயர்ந்து நிற்கும்
விரல்

நடு நிலைத் தன்மையை நமக்கும்
உணர்த்தும் விரல்


வித்வான்களையும் விச்வாசிகளையும்
அடையாளம் காட்டும் விரல்

விவாகத்தையும் வீட்டின்
நிலையையும் விளக்கிக் காட்டும்
விரல்


கடைசியில் இருந்தாலும்
வணக்கத்தில் முதன்மை காணும்
விரல்
கள்வனாக இருந்தாலும் காருண்யம்
காட்டிய கௌதமனின் கதையின்
விரல்


வலிமையின் சின்னத்தை ஒன்று
சேர்த்தால் காட்டும் விரல்கள்
வாழ்க்கையின் சித்தாந்தத்தை
தமக்குள் அடக்கும் விரல்கள்

# வெற்றி-தோல்வி

கலைஞனின் வெற்றி மரணத்தின்
தோல்வி

காமத்தின் வெற்றி நிறைவின்
தோல்வி

கிருமிகளின் வெற்றி மருத்துவத்தின்
தோல்வி

கீர்த்தனையின் வெற்றி நாத்திகத்தின்
தோல்வி

குற்றவாளியின் வெற்றி நீதியின்
தோல்வி

கூட்டுறவின் வெற்றி பண்ணையாரின்
தோல்வி

கெட்டவர்களின் வெற்றி
சமுதாயத்தின் தோல்வி

கேள்வியின் வெற்றி பதிலின்
தோல்வி

கொற்றவனின் வெற்றி பகைவரின்
தோல்வி

கோமாளியின் வெற்றி சோகத்தின்
தோல்வி
கௌரவர்களின் வெற்றி தருமத்தின்
தோல்வி

www.ingramcontent.com/pod-product-compliance
Lightning Source LLC
Chambersburg PA
CBHW072027150726
47999CB00002B/772